The Light That Stays

Teachings from Nanaji

ਜੋ ਰੌਸ਼ਨੀ ਰਹਿੰਦੀ ਹੈ

ਨਾਨਾਜੀ ਤੋਂ ਸਿੱਖਿਆ

ਦੋਭਾਸ਼ੀ ਸਿਖਲਾਈ ਕਿਤਾਬ

THIS BOOK IS DEDICATED TO EVERY CHILD AND GROWN-UP
SEARCHING FOR THEIR INNER LIGHT.
YOUR LIGHT HAS THE POWER TO ILLUMINATE THE WORLD.
THANK YOU FOR BEING PART OF THIS JOURNEY.

TO MY NANAJI,
WHO SHOWED ME THAT LOVE AND WISDOM ARE LIGHTS THAT
NEVER FADE.
MAY THIS BOOK GUIDE LITTLE HEARTS TO CARRY THEIR LIGHT
FORWARD.

ਇਹ ਕਿਤਾਬ ਹਰ ਬੱਚੇ ਅਤੇ ਵੱਡਿਆਂ ਲਈ ਸਮਰਪਿਤ ਹੈ ਜੋ ਆਪਣੇ ਅੰਦਰ
ਦੀ ਰੌਸ਼ਨੀ ਨੂੰ ਲੱਭ ਰਹੇ ਹਨ।
ਤੁਹਾਡੀ ਰੌਸ਼ਨੀ ਸੰਸਾਰ ਨੂੰ ਰੌਸ਼ਨ ਕਰਨ
ਦੀ ਸਮਰਥਾ ਰੱਖਦੀ ਹੈ।
ਇਸ ਯਾਤਰਾ ਦਾ ਹਿੱਸਾ ਬਣਨ ਲਈ ਧੰਨਵਾਦ।

ਮੇਰੇ ਨਾਨਾਜੀ ਨੂੰ,
ਜਿਨ੍ਹਾਂ ਨੇ ਮੈਨੂੰ ਦੱਸਿਆ ਕਿ ਪਿਆਰ ਅਤੇ ਦਿਲੋਜਾਨੀ ਰੌਸ਼ਨੀਆਂ ਹਨ ਜੋ ਕਦੇ
ਮੁੱਲ ਨਹੀ ਹੁੰਦੀਆਂ।
ਇਹ ਕਿਤਾਬ ਛੋਟੇ ਦਿਲਾਂ ਨੂੰ ਆਪਣੀ ਰੌਸ਼ਨੀ ਅੱਗੇ ਵਧਾਉਣ ਲਈ ਪ੍ਰੇਰਿਤ ਕਰ
ਸਕੇ।

RENÉE HELD HER GRANDFATHER'S SCARF
CLOSE TO HER CHEST.
IT SMELLED LIKE ROSES FROM HIS GARDEN
AND THE PAGES OF HIS FAVORITE BOOK.

ਰਿੰਨੇ ਨੇ ਆਪਣੇ ਨਾਨਾਜੀ ਦਾ ਸਕਾਰਫ਼ ਆਪਣੀ ਛਾਤੀ ਦੇ
ਨੇੜੇ ਰੱਖਿਆ।
ਇਹ ਉਸਦੇ ਬਾਗ ਅਤੇ ਉਸਦੀ ਮਨਪਸੰਦ ਕਿਤਾਬ ਦੇ
ਪੰਨਿਆਂ ਵਿੱਚੋਂ ਗੁਲਾਬ ਵਾਂਗ ਮਹਿਕ ਰਿਹਾ ਸੀ।

“I MISS NANAJI SO MUCH,”
RENÉE WHISPERED.
HER VOICE WAS SHAKY, AND HER
EYES FELT HEAVY WITH TEARS.

"ਮੈਨੂੰ ਨਾਨਾਜੀ ਦੀ ਬਹੁਤ ਯਾਦ ਆਉਂਦੀ ਹੈ,"
ਰਿੰਨੇ ਨੇ ਘੁਸਰ-ਮੁਸਰ ਕੀਤੀ।
ਉਸ ਦੀ ਆਵਾਜ਼ ਕੰਬ ਰਹੀ ਸੀ, ਅਤੇ ਉਸ ਦੀਆਂ
ਅੱਖਾਂ ਹੰਝੂਆਂ ਨਾਲ ਭਾਰੀ ਮਹਿਸੂਸ ਹੋਈਆਂ।

NATTU, HER LITTLE DOG, WAGGED HIS TAIL ONCE
BUT STAYED QUIET, LEANING CLOSER TO HER.

ਨੱਟੂ, ਉਸਦੇ ਛੋਟੇ ਕੁੱਤੇ, ਨੇ ਇੱਕ ਵਾਰ ਆਪਣੀ ਪੂਛ ਹਿਲਾ
ਦਿੱਤੀ ਪਰ ਚੁੱਪ ਰਿਹਾ, ਉਸਦੇ ਨੇੜੇ ਝੁਕ ਗਿਆ।

A SOFT, GOLDEN LIGHT FLICKERED NEAR THE DOOR, AND RENÉE LOOKED UP. A GLOWING BUTTERFLY FLUTTERED INTO THE ROOM, ITS WINGS SHIMMERING LIKE SUNLIGHT.

ਦਰਵਾਜ਼ੇ ਦੇ ਨੇੜੇ ਇੱਕ ਨਰਮ, ਸੁਨਹਿਰੀ ਰੋਸ਼ਨੀ ਚਮਕੀ, ਅਤੇ ਰੇਨੀ ਨੇ ਉੱਪਰ ਦੇਖਿਆ। ਇੱਕ ਚਮਕਦੀ ਤਿਤਲੀ ਕਮਰੇ ਵਿੱਚ ਉੱਡ ਗਈ, ਇਸਦੇ ਖੰਭ ਸੂਰਜ ਦੀ ਰੌਸ਼ਨੀ ਵਾਂਗ ਚਮਕ ਰਹੇ ਸਨ।

RENÉE WIPED HER EYES, SURPRISED.

"A BUTTERFLY?" SHE SAID SOFTLY.

THE BUTTERFLY HOVERED NEAR HER,

ITS LIGHT WRAPPING THE ROOM IN

WARMTH.

"HELLO, RENÉE,"

SAID A CALM AND SOOTHING VOICE.

RENÉE'S EYES WIDENED.

ਰਿੰਨੇ ਨੇ ਹੈਰਾਨੀ ਨਾਲ ਅੱਖਾਂ ਪੂੰਝੀਆਂ।

"ਇੱਕ ਤਿਤਲੀ?" ਉਸਨੇ ਨਰਮੀ ਨਾਲ ਕਿਹਾ।

ਤਿਤਲੀ ਉਸਦੇ ਨੇੜੇ ਘੁੰਮ ਰਹੀ ਸੀ, ਉਸਦੀ ਰੌਸ਼ਨੀ

ਕਮਰੇ ਨੂੰ ਨਿੱਘ ਵਿੱਚ ਲਪੇਟ ਰਹੀ ਸੀ।

"ਹੈਲੋ, ਰਿੰਨੇ,"

ਇੱਕ ਸ਼ਾਂਤ ਅਤੇ ਸੁਹਾਵਣਾ ਆਵਾਜ਼ ਨੇ ਕਿਹਾ।

ਰਿੰਨੇ ਦੀਆਂ ਅੱਖਾਂ ਚੌੜੀਆਂ ਹੋ ਗਈਆਂ।

"YOU… YOU CAN TALK?"
THE BUTTERFLY FLUTTERED CLOSER, LANDING
GENTLY ON THE EDGE OF HER SCARF.
"I'M NOOR," IT SAID.
"I'VE COME TO HELP YOU UNDERSTAND
SOMETHING VERY SPECIAL ABOUT YOUR NANAJI."

"ਤੁਸੀਂ… ਕੀ ਤੁਸੀਂ ਗੱਲ ਕਰ ਸਕਦੇ ਹੋ?"
ਤਿਤਲੀ ਆਪਣੇ ਸਕਾਰਫ਼ ਦੇ ਕਿਨਾਰੇ 'ਤੇ ਹੌਲੀ ਹੌਲੀ
ਉਤਰਦੀ, ਨੇੜੇ ਉੱਡ ਗਈ। "ਮੈਂ ਨੂਰ ਹਾਂ," ਇਸ ਨੇ ਕਿਹਾ।
"ਮੈਂ ਤੁਹਾਡੇ ਨਾਨਾ ਜੀ ਬਾਰੇ ਕੁਝ ਖਾਸ ਸਮਝਣ ਵਿੱਚ
ਤੁਹਾਡੀ ਮਦਦ ਕਰਨ ਆਇਆ ਹਾਂ।"

"DO YOU SEE THAT TREE OUTSIDE?" NOOR ASKED, HER GLOWING WINGS POINTING TOWARD THE GARDEN. RENÉE STOOD UP AND LOOKED OUT THE WINDOW. THE TREE'S GOLDEN LEAVES WERE FLUTTERING TO THE GROUND IN THE BREEZE.

"ਕੀ ਤੁਸੀਂ ਉਹ ਦਰਖਤ ਬਾਹਰ ਦੇਖਦੇ ਹੋ?" ਨੂਰ ਨੇ ਆਪਣੇ ਚਮਕਦੇ ਖੰਭ ਬਾਗਾ ਵੱਲ ਇਸ਼ਾਰਾ ਕਰਦੇ ਹੋਏ ਪੁੱਛਿਆ। ਰਿੰਨੇ ਨੇ ਉੱਠ ਕੇ ਖਿੜਕੀ ਤੋਂ ਬਾਹਰ ਦੇਖਿਆ। ਦਰੱਖਤ ਦੇ ਸੁਨਹਿਰੀ ਪੱਤੇ ਹਵਾ ਵਿੱਚ ਜ਼ਮੀਨ ਉੱਤੇ ਉੱਡ ਰਹੇ ਸਨ।

"THE LEAVES ARE FALLING," RENÉE SAID SOFTLY.

"DOES THAT MEAN THE TREE IS DYING?"

"NO," NOOR SAID WITH A WARM GLOW.

"THE TREE IS LETTING GO OF ITS OLD LEAVES SO THAT, IN SPRING, IT CAN GROW NEW ONES. LIFE IS A CYCLE—BIRTH, GROWTH, REST, AND RENEWAL. THIS IS WAHEGURU'S HUKAM, THE DIVINE ORDER."

"ਪੱਤੇ ਝੜ ਰਹੇ ਹਨ," ਰਿੰਨੇ ਨੇ ਹੌਲੀ ਜਿਹੀ ਕਿਹਾ।

"ਕੀ ਇਸਦਾ ਮਤਲਬ ਇਹ ਹੈ ਕਿ ਰੁੱਖ ਮਰ ਰਿਹਾ ਹੈ?"

"ਨਹੀਂ," ਨੂਰ ਨੇ ਨਿੱਘੀ ਚਮਕ ਨਾਲ ਕਿਹਾ।

"ਰੁੱਖ ਆਪਣੇ ਪੁਰਾਣੇ ਪੱਤਿਆਂ ਨੂੰ ਛੱਡ ਰਿਹਾ ਹੈ ਤਾਂ ਜੋ ਬਸੰਤ ਰੁੱਤ ਵਿੱਚ ਇਹ ਨਵੇਂ ਪੱਤੇ ਪਾ ਸਕੇ। ਜੀਵਨ ਇੱਕ ਚੱਕਰ ਹੈ-ਜਨਮ, ਵਾਧਾ, ਆਰਾਮ ਅਤੇ ਨਵੀਨੀਕਰਨ। ਇਹ ਵਾਹਿਗੁਰੂ ਦਾ ਹੁਕਮ ਹੈ, ਰੱਬੀ ਹੁਕਮ ਹੈ।"

RENÉE TILTED HER HEAD.

"SO… IS NANAJI PART OF THIS CYCLE TOO?"

"YES," NOOR SAID. "NANAJI'S BODY HAS RESTED, LIKE THE LEAVES FALLING TO THE EARTH. BUT HIS SOUL—HIS LOVE AND KINDNESS—IS LIKE THE ENERGY THAT HELPS NEW THINGS GROW. THIS IS WAHEGURU'S WAY."

ਰਿੰਨੇ ਨੇ ਆਪਣਾ ਸਿਰ ਝੁਕਾਇਆ।

"ਤਾਂ ਕੀ ਨਾਨਾ ਜੀ ਵੀ ਇਸ ਚੱਕਰ ਦਾ ਹਿੱਸਾ ਹਨ?"

"ਹਾਂ," ਨੂਰ ਨੇ ਕਿਹਾ। "ਨਾਨਾ ਜੀ ਦੇ ਸਰੀਰ ਨੂੰ ਧਰਤੀ ਉੱਤੇ ਡਿੱਗਣ ਵਾਲੇ ਪੱਤਿਆਂ ਵਾਂਗ ਆਰਾਮ ਮਿਲਿਆ ਹੈ। ਪਰ ਉਸਦੀ ਆਤਮਾ - ਉਸਦਾ ਪਿਆਰ ਅਤੇ ਦਿਆਲਤਾ - ਇੱਕ ਊਰਜਾ ਵਰਗੀ ਹੈ ਜੋ ਨਵੀਆਂ ਚੀਜ਼ਾਂ ਨੂੰ ਵਧਣ ਵਿੱਚ ਮਦਦ ਕਰਦੀ ਹੈ। ਇਹ ਵਾਹਿਗੁਰੂ ਦਾ ਰਾਹ ਹੈ।"

"COME WITH ME," NOOR SAID, LEADING RENÉE TO THE GARDEN. RENÉE AND NATTU FOLLOWED NOOR TO A LITTLE STREAM.

"ਮੇਰੇ ਨਾਲ ਆਓ," ਨੂਰ ਨੇ ਰਿੰਨੇ ਨੂੰ ਬਾਗ ਵੱਲ ਲਿਜਾਂਦਿਆਂ ਕਿਹਾ। ਰਿੰਨੇ ਅਤੇ ਨੱਟੂ ਨੂਰ ਦੇ ਪਿੱਛੇ-ਪਿੱਛੇ ਥੋੜ੍ਹੀ ਜਿਹੀ ਸਟ੍ਰੀਮ ਵੱਲ ਚਲੇ ਗਏ।

"THIS RIVER IS ALWAYS MOVING FORWARD," NOOR SAID. "BUT IT NEVER FORGETS WHERE IT CAME FROM. THE WATER STARTS IN THE MOUNTAINS, FLOWS THROUGH THE LAND, AND EVENTUALLY BECOMES PART OF THE OCEAN. LIFE IS LIKE THIS RIVER." RENÉE KNELT BESIDE THE STREAM, DIPPING HER FINGERS INTO THE COOL WATER.

ਨੂਰ ਨੇ ਕਿਹਾ, "ਇਹ ਨਦੀ ਹਮੇਸ਼ਾ ਅੱਗੇ ਵਧਦੀ ਰਹਿੰਦੀ ਹੈ। "ਪਰ ਇਹ ਕਦੇ ਨਹੀਂ ਭੁੱਲਦਾ ਕਿ ਇਹ ਕਿੱਥੋਂ ਆਇਆ ਹੈ। ਪਾਣੀ ਪਹਾੜਾਂ ਤੋਂ ਸ਼ੁਰੂ ਹੁੰਦਾ ਹੈ, ਜ਼ਮੀਨ ਵਿੱਚੋਂ ਲੰਘਦਾ ਹੈ, ਅਤੇ ਅੰਤ ਵਿੱਚ ਸਮੁੰਦਰ ਦਾ ਹਿੱਸਾ ਬਣ ਜਾਂਦਾ ਹੈ। ਜ਼ਿੰਦਗੀ ਇਸ ਨਦੀ ਵਰਗੀ ਹੈ।" ਰਿੰਨੇ ਨਦੀ ਦੇ ਕੋਲ ਗੋਡੇ ਟੇਕਦੀ ਹੈ, ਆਪਣੀਆਂ ਉਂਗਲਾਂ ਨੂੰ ਠੰਡੇ ਪਾਣੀ ਵਿੱਚ ਡੁਬੋ ਰਹੀ ਹੈ।

"SO NANAJI'S SOUL IS LIKE THE WATER?" RENÉE ASKED.
"YES," NOOR SAID. "HIS SOUL HAS RETURNED TO WAHEGURU, LIKE THE RIVER RETURNING TO THE OCEAN. BUT THE RIVER LEAVES ITS MARK EVERYWHERE IT FLOWS. NANAJI'S LOVE AND THE LESSONS HE TAUGHT YOU ARE LIKE THAT—THEY'LL ALWAYS BE PART OF YOU."

"ਤਾਂ ਨਾਨਾ ਜੀ ਦੀ ਆਤਮਾ ਪਾਣੀ ਵਰਗੀ ਹੈ?" ਰਿੰਨੇ ਨੇ ਪੁੱਛਿਆ।
"ਹਾਂ," ਨੂਰ ਨੇ ਕਿਹਾ। "ਉਸ ਦੀ ਆਤਮਾ ਵਾਪਿਸ ਵਾਹੇਗੁਰੂ ਕੋਲ ਆ ਗਈ ਹੈ, ਜਿਵੇਂ ਨਦੀ ਸਮੁੰਦਰ ਵਿੱਚ ਪਰਤਦੀ ਹੈ।
ਪਰ ਦਰਿਆ ਜਿੱਥੇ ਵੀ ਵਗਦਾ ਹੈ ਉੱਥੇ ਆਪਣੀ ਛਾਪ ਛੱਡਦਾ ਹੈ। ਨਾਨਾ ਜੀ ਦਾ ਪਿਆਰ ਅਤੇ ਉਸ ਨੇ ਜੋ ਸਬਕ ਤੁਹਾਨੂੰ ਸਿਖਾਏ ਹਨ ਉਹ ਇਸ ਤਰੂੰ ਦੇ ਹਨ -
ਉਹ ਹਮੇਸ਼ਾ ਤੁਹਾਡਾ ਹਿੱਸਾ ਰਹਿਣਗੇ।

NOOR STOOD AND POINTED TOWARD THE HORIZON. THE SUN WAS SETTING, PAINTING THE SKY IN SHADES OF ORANGE AND GOLD.
"DO YOU SEE HOW THE SUN SETS, BUT THE MOON RISES TO TAKE ITS PLACE?"

ਨੂਰ ਨੇ ਖੜੀ ਹੋ ਕੇ ਦੂਰੀ ਵੱਲ ਇਸ਼ਾਰਾ ਕੀਤਾ। ਸੂਰਜ ਡੁੱਬ ਰਿਹਾ ਸੀ, ਅਸਮਾਨ ਨੂੰ ਸੰਤਰੀ ਅਤੇ ਸੋਨੇ ਦੇ ਰੰਗਾਂ ਵਿੱਚ ਪੇਂਟ ਕਰ ਰਿਹਾ ਸੀ।
"ਕੀ ਤੁਸੀਂ ਦੇਖਦੇ ਹੋ ਕਿ ਸੂਰਜ ਕਿਵੇਂ ਡੁੱਬਦਾ ਹੈ, ਪਰ ਚੰਦ ਆਪਣੀ ਜਗ੍ਹਾ ਲੈਣ ਲਈ ਚੜ੍ਹਦਾ ਹੈ?"

NOOR ASKED. "THIS IS WAHEGURU'S HUKAM
—THE DIVINE ORDER OF LIFE. DAY TURNS TO
NIGHT, AND NIGHT TURNS BACK TO DAY.
JUST LIKE THIS, NANAJI'S LIGHT MAY FEEL
FAR AWAY NOW, BUT IT WILL ALWAYS
RETURN IN ANOTHER FORM."

ਨੂਰ ਨੇ ਪੁੱਛਿਆ।
"ਇਹ ਵਾਹਿਗੁਰੂ ਦਾ ਹੁਕਮ ਹੈ-ਜੀਵਨ ਦਾ ਇਲਾਹੀ
ਹੁਕਮ। ਦਿਨ ਰਾਤ ਵਿੱਚ ਬਦਲ ਜਾਂਦਾ ਹੈ, ਅਤੇ ਰਾਤ ਦਿਨ
ਵਿੱਚ ਮੁੜ ਜਾਂਦੀ ਹੈ। ਇਸ ਤਰ੍ਹਾਂ, ਨਾਨਾ ਜੀ ਦੀ ਰੌਸ਼ਨੀ ਹੁਣ
ਦੂਰ ਮਹਿਸੂਸ ਹੋ ਸਕਦੀ ਹੈ, ਪਰ ਇਹ ਹਮੇਸ਼ਾ ਕਿਸੇ ਹੋਰ
ਰੂਪ ਵਿੱਚ ਵਾਪਸ ਆਵੇਗੀ।

RENÉE'S HEART FELT A LITTLE LIGHTER.
"NANAJI USED TO TELL ME THAT
WAHEGURU MADE EVERYTHING BEAUTIFUL,
EVEN THE HARD THINGS," SHE SAID.
"THAT'S RIGHT," NOOR SAID WITH A
SMILE. "WAHEGURU'S PLAN IS FILLED
WITH BEAUTY, EVEN IN MOMENTS OF
CHANGE."

ਰਿੰਨੇ ਦਾ ਦਿਲ ਥੋੜ੍ਹਾ ਹਲਕਾ ਮਹਿਸੂਸ ਕਰ ਰਿਹਾ ਸੀ।
"ਨਾਨਾ ਜੀ ਮੈਨੂੰ ਕਹਿੰਦੇ ਸਨ ਕਿ ਵਾਹਿਗੁਰੂ ਨੇ ਹਰ ਚੀਜ਼ ਨੂੰ
ਸੁੰਦਰ ਬਣਾਇਆ ਹੈ, ਇੱਥੋਂ ਤੱਕ ਕਿ
ਔਖੀ ਚੀਜ਼ਾਂ ਵੀ," ਉਸਨੇ ਕਿਹਾ।
"ਇਹ ਠੀਕ ਹੈ," ਨੂਰ ਨੇ ਮੁਸਕਰਾ ਕੇ ਕਿਹਾ।
"ਵਾਹਿਗੁਰੂ ਦੀ ਯੋਜਨਾ ਸੁੰਦਰਤਾ ਨਾਲ ਭਰੀ ਹੋਈ ਹੈ, ਇੱਥੋਂ
ਤੱਕ ਕਿ ਤਬਦੀਲੀ ਦੇ ਪਲਾਂ ਵਿੱਚ ਵੀ।"

"LOOK AT THE STARS IN THE SKY,"
NOOR SAID. "EACH ONE SHINES SO
BRIGHTLY, EVEN THOUGH
THEY ARE FAR AWAY."
RENÉE PRESSED HER HANDS
AGAINST THE WINDOWPANE.
"THEY'RE SO PRETTY," SHE
WHISPERED.

ਨੂਰ ਨੇ ਕਿਹਾ, "ਆਕਾਸ਼ ਵਿੱਚ ਤਾਰਿਆਂ ਵੱਲ ਦੇਖੋ।

"ਹਰ ਇੱਕ ਬਹੁਤ ਚਮਕਦਾ ਹੈ,

ਭਾਵੇਂ ਉਹ ਬਹੁਤ ਦੂਰ ਹਨ."

ਰੇਨੀ ਨੇ ਖਿੜਕੀ ਦੇ ਉੱਪਰ ਆਪਣੇ ਹੱਥ ਦਬਾਏ।

"ਉਹ ਬਹੁਤ ਸੋਹਣੇ ਹਨ," ਉਸਨੇ ਘੁਸਰ-ਮੁਸਰ

ਕੀਤੀ।

"THE STARS REMIND US THAT EVEN WHEN SOMETHING IS GONE, ITS LIGHT CAN STILL REACH US," NOOR EXPLAINED. "NANAJI'S SOUL IS LIKE THESE STARS—IT HAS RETURNED TO WAHEGURU, BUT HIS LOVE STILL SHINES BRIGHTLY IN YOUR HEART."

ਨੂਰ ਨੇ ਸਮਝਾਇਆ, "ਤਾਰੇ ਸਾਨੂੰ ਯਾਦ ਦਿਵਾਉਂਦੇ ਹਨ ਕਿ ਜਦੋਂ ਕੋਈ ਚੀਜ਼ ਖਤਮ ਹੋ ਜਾਂਦੀ ਹੈ, ਤਾਂ ਵੀ ਉਸਦੀ ਰੌਸ਼ਨੀ ਸਾਡੇ ਤੱਕ ਪਹੁੰਚ ਸਕਦੀ ਹੈ"। ਨੂਰ ਨੇ ਦੱਸਿਆ, "ਨਾਨਾ ਜੀ ਦੀ ਆਤਮਾ ਇਹਨਾਂ ਤਾਰਿਆਂ ਵਰਗੀ ਹੈ - ਇਹ ਵਾਹੇਗੁਰੂ ਕੋਲ ਵਾਪਸ ਆ ਗਈ ਹੈ, ਪਰ ਉਸਦਾ ਪਿਆਰ ਤੁਹਾਡੇ ਦਿਲ ਵਿੱਚ ਅਜੇ ਵੀ ਚਮਕਦਾ ਹੈ।"।

RENÉE'S EYES SPARKLED AS SHE
STARED AT THE STARS.
"SO NANAJI IS LIKE A STAR?"
"YES," NOOR SAID. "WHENEVER YOU
LOOK AT THE NIGHT SKY, THINK OF HIM.
HIS LIGHT WILL ALWAYS
BE THERE FOR YOU."

ਤਾਰਿਆਂ ਵੱਲ ਦੇਖਦਿਆਂ ਹੀ ਰਿੰਨੇ ਦੀਆਂ ਅੱਖਾਂ ਚਮਕ

ਗਈਆਂ। "ਤਾਂ ਨਾਨਾ ਜੀ ਤਾਰੇ ਵਾਂਗ ਹਨ?"

"ਹਾਂ," ਨੂਰ ਨੇ ਕਿਹਾ। "ਜਦੋਂ ਵੀ ਤੁਸੀਂ ਰਾਤ ਦੇ

ਅਸਮਾਨ ਵੱਲ ਦੇਖਦੇ ਹੋ, ਉਸ ਬਾਰੇ ਸੋਚੋ।

ਉਸ ਦੀ ਰੋਸ਼ਨੀ ਹਮੇਸ਼ਾ ਤੁਹਾਡੇ ਲਈ ਮੌਜੂਦ ਰਹੇਗੀ।"

NOOR FLUTTERED GENTLY TO RENÉE'S SHOULDER. HER WINGS GLOWED SOFTLY AS SHE SPOKE. "GURU NANAK DEV JI TAUGHT US THAT EVERYTHING IN LIFE HAS ITS TIME,"

ਨੂਰ ਨੇ ਹੌਲੀ-ਹੌਲੀ ਰਿੰਨੇ ਦੇ ਮੋਢੇ 'ਤੇ ਹੱਥ ਫੇਰਿਆ। ਬੋਲਦਿਆਂ ਉਸਦੇ ਖੰਭ ਹੌਲੀ-ਹੌਲੀ ਚਮਕਦੇ ਸਨ। ਨੂਰ ਨੇ ਕਿਹਾ, "ਗੁਰੂ ਨਾਨਕ ਦੇਵ ਜੀ ਨੇ ਸਾਨੂੰ ਸਿਖਾਇਆ ਕਿ ਜ਼ਿੰਦਗੀ ਵਿਚ ਹਰ ਚੀਜ਼ ਦਾ ਸਮਾਂ ਹੁੰਦਾ ਹੈ।

NOOR SAID. "HE REMINDED US:
"JO UPJI-O SO BINAS HAI,
PARIO AAJ KE KAAL."
(WHATEVER IS BORN SHALL PERISH;
THIS IS THE LAW OF NATURE.)
"THIS MEANS THAT WHILE EVERYTHING
CHANGES, NOTHING IS EVER TRULY GONE.
NANAJI'S LIGHT IS PART OF WAHEGURU'S
PLAN, AND IT WILL ALWAYS
SHINE IN YOUR HEART."

"ਉਸਨੇ ਸਾਨੂੰ ਯਾਦ ਦਿਵਾਇਆ:

"ਜੋ ਉਪਜੀ-ਓ ਸੋ ਬਿਨਾਸ ਹੈ, ਪਰਿਓ ਆਜ ਕੇ ਕਾਲ।"

(ਜੋ ਕੁਝ ਜੰਮਦਾ ਹੈ ਉਹ ਨਾਸ ਹੋ ਜਾਂਦਾ ਹੈ,

ਇਹ ਕੁਦਰਤ ਦਾ ਨਿਯਮ ਹੈ।)

"ਇਸਦਾ ਮਤਲਬ ਹੈ ਕਿ ਜਦੋਂ ਸਭ ਕੁਝ ਬਦਲਦਾ ਹੈ, ਕੁਝ ਵੀ

ਸੱਚਮੁੱਚ ਕਦੇ ਨਹੀਂ ਜਾਂਦਾ। ਨਾਨਾ ਜੀ ਦਾ ਪ੍ਰਕਾਸ਼ ਵਾਹਿਗੁਰੂ ਦੀ

ਯੋਜਨਾ ਦਾ ਹਿੱਸਾ ਹੈ, ਅਤੇ ਇਹ ਹਮੇਸ਼ਾ ਤੁਹਾਡੇ

ਦਿਲ ਵਿੱਚ ਚਮਕਦਾ ਰਹੇਗਾ।

RENÉE SMILED SOFTLY, LOOKING UP AT
THE STARS. "NANAJI'S LIGHT ISN'T
GONE—IT'S JUST PART OF SOMETHING
BIGGER, ISN'T IT?"
"YES," NOOR SAID, HER WINGS
FLUTTERING GENTLY. "HIS LIGHT IS
PART OF YOU,
AND IT WILL ALWAYS STAY."

ਰਿੰਨੇ ਨੇ ਤਾਰਿਆਂ ਵੱਲ ਦੇਖਦਿਆਂ ਹੌਲੀ ਜਿਹੀ

ਮੁਸਕਰਾਈ। "ਨਾਨਾ ਜੀ ਦੀ ਰੋਸ਼ਨੀ ਨਹੀਂ ਗਾਈ -

ਇਹ ਸਿਰਫ ਕਿਸੇ ਵੱਡੀ ਚੀਜ਼ ਦਾ ਹਿੱਸਾ ਹੈ,

ਹੈ ਨਾ?"

"ਹਾਂ," ਨੂਰ ਨੇ ਕਿਹਾ, ਉਸਦੇ ਖੰਭ

ਹੌਲੀ-ਹੌਲੀ ਉੱਡ ਰਹੇ ਹਨ।

"ਉਸ ਦੀ ਰੋਸ਼ਨੀ ਤੁਹਾਡਾ ਹਿੱਸਾ ਹੈ,

ਅਤੇ ਇਹ ਹਮੇਸ਼ਾ ਰਹੇਗੀ."

WHAT IS SOMETHING YOU LOVE
ABOUT SOMEONE YOU MISS?

IF YOU COULD PLANT A TREE FOR SOMEONE,
WHAT KIND OF TREE WOULD IT BE?

9 781738 399802